D1680408

மகிழ் ஆதன்

மகிழ் ஆதன் சென்னையில் 2012–இல் பிறந்தான். இவனது பெற்றோர் க. சிந்து – தே. ஆசைத்தம்பி. நான்கு வயதிலிருந்தே கவிதைகள் படைத்துவரும் மகிழ் ஆதனின் முதல் கவிதைத் தொகுப்பு 'நான்தான் உலகத்தை வரைந்தேன்' (வானம் பதிப்பக வெளியீடு) 2021 ஏப்ரலில் வெளியானது. மகிழ் ஆதன் கூடுவாஞ்சேரி மாடம்பாக்கம் ஊராட்சி ஒன்றியத் தொடக்கப் பள்ளியில் தமிழ்வழியில் 5–ஆம் வகுப்பு படிக்கிறான்.

மின்னஞ்சல்: makizh2012@gmail.com, asaidp@gmail.com

வெ. சந்திரமோகன்

1977–இல் பிறந்த இவரின் சொந்த ஊர் புதுக்கோட்டை. இவர் 'த சண்டே இந்தியன்', 'தினமலர்' போன்ற இதழ்களில் பணியாற்றியிருக்கிறார். 'இந்து தமிழ்' நாளிதழின் நடுப்பக்க அணியில் பணியாற்றிய இவர் தற்போது 'தி இந்து' குழுமம் வெளியிடும் 'காமதேனு' இதழின் தொகுப்பாசிரியராகப் பணிபுரிகிறார். 'வடக்கு வாசல்', 'உயிர்மை' போன்ற இதழ்களில் இவரது ஓவியங்கள் வெளியாகியிருக்கின்றன. இளையராஜாவின் இசை குறித்து 'காற்றில் கலந்த இசை' (2015, 'இந்து தமிழ்' வெளியீடு) என்ற நூலை எழுதியிருக்கிறார்.

தொடர்புக்கு: chandrabuwan@gmail.com

காலத்தைத் தாண்டி வரும் ஒருவன்

(காலத்தைப் பற்றி 51 கவிதைகள்)

மகிழ் ஆதன்

கோட்டோவியங்கள்

வெ. சந்திரமோகன்

எதிர்
வெளியீடு

காலத்தைத் தாண்டி வரும் ஒருவன்
(காலத்தைப் பற்றி 51 கவிதைகள்)
மகிழ் ஆதன்

கோட்டோவியங்கள், முகப்போவியம்: வெ. சந்திரமோகன்
முதல் பதிப்பு: ஜனவரி 2022

எதிர் வெளியீடு,
96, நியூ ஸ்கீம் ரோடு, பொள்ளாச்சி - 642 002
தொலைபேசி: 04259 - 226012, 99425 11302

விலை: ரூ. 160

Kaalaththaith Thaandi Varum Oruvan
Makizh Aathan

Drawings and front cover painting: V.Chandramohan
First Edition: January 2022

Published by
Ethir Veliyeedu, 96, New Scheme Road. Pollachi - 2
email: ethirveliyedu@gmail.com
www.ethirveliyedu.in

ISBN: 978-93-90811-99-1
Cover Design: Harisankar
Printed at Jothy Enterprises, Chennai.

Copyright © Makizh Aathan

All rights reserved. No part of this book may be reprinted or reproduced or utilised in any form or by any electronic, mechanical or other means, now known or hereafter invented, including Photocopying and recording, or in any information storage or retrieval system, without permission in writing from the Publisher.

உள்ளே..

மகிழ் ஆதனின் காலத்தை எப்படிப்
புரிந்துகொள்வது?
 - சுந்தர் சருக்கை | 08

ஜாக்கி சானின் மந்திரக் கற்கள்...
 - மகிழ் ஆதனிடம் சில கேள்விகள்... | 20

கவிதைகள்

காலத்தைத் தாண்டி வரும் ஒருவன்... | 23

மும்முத்தம் | 25

ஏற்கெனவே நடந்தது | 26

காலம் என்றால் என்ன... | 27

நேற்று இருந்த காலம் | 28

காலத்தின் சிலை | 31

எறும்பு | 32

காலத்தின் சொல் | 33

நான் காலத்தை வரைந்தேன் | 35

காலம் கடலின் கண்ணாடி | 36

புதிய காலம் | 37

காலத்தின் இடையில் நட்சத்திரம் | 38

அழிந்துபோன கனவு | 40
நட்சத்திரக் கண்கள் | 41
சுடலைக் குயில் | 43
காற்று ரசிகன் | 44
பலாச் சுளையின் இனிப்பு | 45
காலத்துக்குள் ஒரு குகை | 47
கானாங்கோழியின் தடம் | 49
நேற்றில் எத்தனை நாள் இருக்கும் | 50
முள்ளங்கியின் அடிவாரம் | 51
பகலிரவு | 53
காலத்தில் நீரனின் சிரிப்பு | 54
நமக்குள் கருந்துளை | 57
மூன்று காலம் | 58
எதிர்காலத்தில் வீசும் காற்று | 59
எதிர்காலத்தின் கதவு | 61
தூக்கத்தின் சிரிப்பு | 62
காலத்தின் உணர்வு | 63
காலம் எங்கே போகிறது | 65
நகுலன் தாத்தா | 66
காலத்தின் ஒரு துளி | 67
நெஞ்செழுத்து | 68
காலசாலை | 69
நீ எப்போ பிறப்ப | 71
வானத்தின் குரல் | 72
பாரதியாரின் கனவு | 73
எதிர்கால மனிதர்கள் | 74

காலத்தின் கடல் | 75
பூவின் சந்தேகம் | 76
போர்வை வீடு | 78
காந்தி தாத்தாவின் காலம் | 79
போற டாட்டா வர டாட்டா | 81
கடலில் மிதந்த வரி | 82
காலத்தை யாரு கண்டுபுடிச்சது | 83
காலத்தின் ஒளி | 85
காலம் என்றால் | 86
வடிவங்களின் ராணி | 87
பேனாவின் சிரிப்பு | 89
காலத்தின் சிறை | 91
வானத்தில் கேட்கும் சத்தம் | 92

பின்னுரை: மகிழ் ஆதன் எனும்
காலப் பயணியின் கதை - ஆசை | 93

மகிழ் ஆதனின் காலத்தை எப்படிப் புரிந்துகொள்வது?
– சுந்தர் சருக்கை

காலம் என்பது தத்துவ அறிஞர்களையும் கவிஞர்களையும் அறிவியலர்களையும் எப்போதுமே பெரிதும் ஈர்த்துவந்திருக்கிறது. அவர்கள் ஒவ்வொருவரும் காலம் என்கிற கருத்தைத் தங்களுக்கே உரிய வழிகளில் புரிந்துகொள்ள முயன்றிருக்கிறார்கள். தத்துவத்தில் காலம் பற்றிய கோட்பாடுகள் அதனைப் பல்வேறு வழிகளில் விவரிக்கின்றன: காலம் ஒரு திசையில் மட்டும் பாய்ந்தோடுவது, உலகத்தைப் படைத்தது, உலகத்தை அழிப்பது, நம் வாழ்க்கையின் சூத்திரதாரி என்றெல்லாம். காலத்தால் பெரிதும் ஈர்க்கப்பட்டவர்களாகக் கவிஞர்கள்தான் இருந்துவருகிறார்கள்; கவிதைகளில் காலம் வெவ்வேறு வகைகளில் உருவகரீதியாக முன்வைக்கப்பட்டிருக்கிறது. அறிவியலர்கள் காலத்தின் தன்மையை வெகு காலமாகப் புரிந்துகொள்ள முயன்றிருக்கிறார்கள்; ஏனெனில், அறிவியலின் முக்கியமான கருத்தாக்கங்களுள் இயக்கமும் ஒன்று. இயக்கம் என்பது அடிப்படையாகக்

காலத்துடன் தொடர்புடையது. அறிவியலைப் பொறுத்தவரை, காலம் என்பது அளக்கப்படக் கூடியதாகவும் அதன் இயல்பில் அளவைத் தன்மையைக் கொண்டதாகவும் பெரிதும் புரிந்துகொள்ளப்பட்டிருக்கிறது.

இத்தனை விதமான அணுகுமுறைகளுக்குக் காரணமாக இருக்கும் அளவுக்குக் காலம் என்ற கருத்தில் அப்படி என்னதான் இருக்கிறது? முதன்மையானதும் மிக முக்கியமானதுமான அம்சம், காலத்தின் புலப்படாத தன்மை. காலம் என்பது மெய்யானது என்று நமக்கெல்லாம் சொல்லப்பட்டிருக்கிறது; ஆனால், அதைப் பற்றிய புலனுணர்வுகள் ஏதும் நமக்குக் கிடையாது. நம்மால் காலத்தைப் பார்க்க, தொட, கேட்டுணர அல்லது சுவைக்க முடியாது. இன்னொரு புறம், மெய்ம்மை குறித்த பொதுவான புரிதல் என்பது நமக்குக் குறைந்தபட்சம் ஒரு புலன் வழியாகவாவது உணரக் கிடைக்கும் பொருட்களைச் சார்ந்திருக்கும் ஒன்றாக இருக்கிறது. ஆக, காலம் என்பது நமக்குப் புலனுணர்வு மூலம் கிடைக்காத ஆனால் மெய்யான ஒன்றாகவும், நம்மைச் சுற்றி எப்போதும் இருக்கும் ஒன்றாகவும் நாம் எல்லோரும் கேள்வி கேட்காமல் ஏற்றுக்கொள்ளும் விஷயமொன்றுக்கான எடுத்துக்காட்டாகவும் இருக்கிறது. பல மரபுகள் காலத்தைக் கடவுளுக்கு ஒப்பாகக் கருதிவருவதில் வியப்பொன்றும் இல்லை. ஆகவே, காலம் என்று சொல்லப்படும் இந்த 'ஒன்று' 'மெய்யாகவே மெய்' தானா என்று யாராவது கேட்கத்

தொடங்கினால் தத்துவம், அறிவியல், கவிதை ஆகியவற்றில் நாம் புதுப் புது சிந்தனைகளைப் பெறுகிறோம். காலத்தைத் 'தொடுவது' அல்லது உணர்ந்தறிவது எப்படி என்று அவர்கள் கற்பனை செய்யத் தொடங்கும்போது அங்கு கவிதை இருக்கிறது.

ஆகவே, காலத்தைப் பற்றிய இந்தக் கவிதைகளை நான் படித்தபோது இந்த விஷயத்தில் மற்றுமொரு கவிஞரும் எழுதியிருக்கிறார் என்று நான் வியப்பேதும் அடையவில்லை. ஆயினும், இந்தக் கவிதைகளைப் படித்துக்கொண்டிருக்கும்போது இதில் உள்ள தனித்தன்மையில் நான் மிகவும் ஈர்க்கப்பட்டேன்: காலத்தைக் 'கண்டடை'வதற்கான தொடர்ச்சியான ஆர்வம் மிக்க தேடல் - மெய்ம்மையாகவும் நாம் அதைப் பற்றிப் பேசும் மொழியிலும், எளிய, அன்றாட வாழ்க்கையிலும் காலத்தைக் கண்டறிதல். இந்தக் கவிதைகளை நான் படிக்கும்போது அவற்றில் இடம்பெற்றிருக்கும் படிமங்களாலும், மிகவும் சிக்கலான, குழப்பமூட்டும் கருத்தாக்கம் ஒன்றைப் பற்றி இயல்பாகவும், சாதாரணமாகவும் பேசும் விதத்தாலும் ஆட்கொள்ளப்பட்டேன். காலம் மகிழ் ஆதனை அச்சுறுத்தவில்லை; மாறாக, அவன் அதற்கே உரித்தான குழம்பிய நிலையில் திளைக்கிறான். ஆனால், காலம் என்று அழைக்கப்படும் அந்தச் சிக்கலை எதிர்கொள்வதற்கு, எளிதாக இருத்தல், தான் விரும்பியதைத் தயக்கமோ கூச்சமோ இன்றிச் சொல்லுதல் ஆகிய சக்திவாய்ந்த ஆயுதங்களை அவன் பயன்படுத்துகிறான். அதுதான் இந்தக்

கவிதைகளின் பலமாகவும் இருக்கிறது; அவனது சிந்தனையின், கற்பனையின் பலமாகவும் இருக்கிறது.

காலத்தைப் பற்றி எளிமையான ஒரு கேள்வியை மகிழ் ஆதன் தொடர்ந்து கேட்டுக்கொண்டிருக்கிறான்: காலம் என்றால் என்ன? நாம் அதனை நேரடியாகப் பார்க்க முடியாததால், நிழல் இன்னொன்று இருப்பதைக் காட்டுவதுபோல் அநேகமாக மறைமுகமாகக் காலத்தைப் பார்க்க முடியலாம். நம்மால் உணர்ந்தறிய முடியாத ஒன்றின் மெய்மையை நாம் கண்டறிய இயலுவதற்கான மற்றுமொரு வழி அது நம்மிடம் ஏற்படுத்தும் விளைவுகள்தான். காலம் குறித்த மகிழ் ஆதனுடைய தேடல் இந்த இரண்டு வழிகளிலும் செல்கிறது. காலத்தை நம்மால் பார்க்க முடியவில்லை என்றால், ஒருவேளை அதன் தன்மைகளை நாம் உவமைகளைக் கொண்டு அறிந்துகொள்ளவாவது முயலலாம். இதைச் செய்வதற்கான ஒரு வழி, காலம் என்னவாக இருக்கும் என்ற பல்வேறு சாத்தியங்களைக் கற்பனை செய்து பார்ப்பது.

மகிழ் ஆதன் காலத்தைக் கற்பனை செய்யவும் கட்டமைக்கவும் தொடங்கும்போது இவற்றைத்தான் செய்கிறான். அவனுடைய பெரும்பாலான கவிதைகளில் காணப்படும் மிகவும் எளிமையான ஆனால் சக்திவாய்ந்த கூற்று என்னவாக இருக்கிறது என்றால் 'நான்தான் காலத்தைப் படைக்கிறேன்' என்பது போன்ற உறுதியான வெளிப்பாடாகும். படைத்தல்

என்பது 'தெய்விகம்' சார்ந்த பொருளில் மட்டும் இருக்கவில்லை; மகிழ் ஆதனைப் பொறுத்தவரை காலத்தைப் படைத்தல் என்பது வரைவதாகவும், மற்றவர்கள் செய்யாத விதத்தில் கண்டறிவதாகவும் இருக்கிறது. காலம் என்னவாக இருக்கும் என்று காட்டுவதன் ஊடாக, காலத்தைத் தான் எப்படிப் படைத்தேன் என்றும் அவன் சொல்கிறான்: 'நான் காலத்தை/ இல்லாமல் ஆக்கினேன்/ நான் காலத்தின் சிலையைக்/ கட்டினேன்/ நான் காலத்தைத்/ திருப்பி ஓடவைத்தேன்.' இது இந்த உலகத்தின் மெய்ம்மை குறித்த மிகவும் ஆழமான தத்துவார்த்தக் கேள்விகளை எழுப்புகிறது: ஏற்கெனவே உள்ள மெய்ம்மையை நாம் புலன்களால் உணர்கிறோமா அல்லது நமது விவரிப்பால் ஒரு புதிய மெய்ம்மையை நாம் உருவாக்குகிறோமா? காலம் நமக்கு எந்தெந்த வழிகளிலெல்லாம் தோன்றுகிறதோ அதையெல்லாம் பற்றி மகிழ் ஆதன் ஏன் தொடர்ந்து பேசிக்கொண்டும், அதே நேரத்தில் காலம் நமது உருவாக்கம் என்று குறிப்பிடவும் செய்கிறான்?

காலம் என்பது என்ன, அது எங்கே இருக்கிறது, அது எப்படித் தொடங்கியது என்பதைப் பற்றியெல்லாம் அவன் கேள்வி எழுப்பும்போது அவன் பெரிதும் பயன்படுத்தும் படிமங்களைச் சற்றே பாருங்கள். கிட்டத்தட்ட எல்லா கவிதைகளையும் அவன் காலத்தைக் கனவுகள், வானம், இடம், நிழல், பிரதிபலிப்பு, நினைவு போன்றவற்றோடு தொடர்புபடுத்துகிறான். இந்தச் சொற்கள் குறிக்கும் எல்லாமே

நிலையற்றவை, என்றுமே மெய்யானவையாக இருப்பதில்லை. அவன் காலத்தைப் பௌதிக மெய்மையாகக் குறுக்கிவிடவில்லை - எனக்கு இந்தக் கவிதைகளில் மிகவும் வியப்பூட்டும் விஷயம் எதுவென்றால் காலத்தின் பௌதிக அடையாளமாகக் கருதப்படும் கைக்கடிகாரம், சுவர்க் கடிகாரம் ஆகியவை பற்றி எந்தக் கவிதையும் இல்லை (ஒரே ஒரு வரியைத் தவிர) என்பதுதான்! அவனைப் பொறுத்தவரை காலம் என்பது மெய்யானதாக என்றுமே இருப்பதில்லை; சில நேரங்களில் மெய்யானதாகத் தோன்றுவதில்லை, சில நேரங்களில் மெய்யானதாகத் தோன்றுகிறது. புலனுணர்விலும் சிந்தனையிலும் காணப்படும் இந்தத் தெளிவின்மையை, அல்லது மகிழ் ஆதனைப் பொறுத்தவரை இன்னும் பொருத்தமாக என் பாணியில் சொல்வதென்றால் புலனுணர்வு-சிந்தனையில் காணப்படும் இந்தத் தெளிவின்மையைக் கையாள்வதற்கு கவிதைதான் வழி. புலனுணர்வு-சிந்தனை என்று சொல்வது ஏனென்றால் மகிழ் ஆதனின் கவிதைகள் முழுவதிலும் சிந்திக்கும் புலனுணர்வு, புலனுணர்வு பெறும் சிந்தனை ஆகியவற்றைப் பற்றிய சிந்தனைகள் நிறைந்திருப்பதால்தான். இந்த வரிகளைப் பாருங்கள்: "நான் காலத்தின் கனவை/ என் கண்ணால்/ யோசித்துப் பார்த்தேன்". அதே கவிதையில் இப்படித் தொடர்கிறான்: "நான் காலத்தின் கனவை/ வானத்தில் தெரிய வைத்தேன்/ நான் வானத்தின் நிழலில்/ காலத்தைத் தெரிய வைத்தேன்". நாம் இதை 'தெரிதல்'

என்று சொல்வதைவிட 'பிரசன்னம்' என்றும் அழைக்கலாம். காலம் என்பது காட்டப்படுவதும் சுட்டிக்காட்டப்படுவதும் மட்டுமே அல்ல, அது பிரசன்னமாக இருப்பது. மேலும், அவன் இந்தக் கவிதையை இப்படி முடிக்கிறான்: "காலத்தை யாரால் வரைய முடியும்/ என் கவிதையால்"! காலத்தைக் கைக்கொள்ள மொழி போதுமானதாக இல்லை; நமக்குத் தேவை கவிதை.

ஆக, அவனது கவிதைகளில் காலம் ஒரு கனவாகிறது, காலத்தின் முடிவு வானத்தின் முடிவாகிறது, படைப்பதற்கான, உருவாக்குவதற்கான, அழிப்பதற்கான சக்தியைக் காலம் கொண்டிருக்கிறது, அது ஒரு பூ, அது ஒரு ஒலி, அது முதலில் பிற விஷயங்களை அடைவதன் மூலம் மட்டுமே அடையக்கூடிய ஒன்றாக இருக்கிறது. இந்தக் கடைசிக் கருத்தானது உபநிடத பாணியிலான சிந்தனையை நினைவுபடுத்தக்கூடிய, காலம் என்றால் என்ன என்று கேட்பது போன்ற ஒரு கவிதையில் அழகாக வெளிப்படுத்தப்பட்டிருக்கிறது:

காலம் எங்கே போகிறது
கனவைத் தேடி

கனவு எங்கே போகிறது
நிறத்தைத் தேடி

நிறம் எங்கே போகிறது
பறவையைத் தேடி

பறவை எங்கே போகிறது
பாட்டைத் தேடி

பாட்டு எங்கே போகிறது
நினைவைத் தேடி

நினைவு எங்கே போகிறது
உலகத்தைத் தேடி

உலகம் எங்கே போகிறது
மனதைத் தேடி

மனது எங்கே போகிறது
ஒளியைத் தேடி

ஒளி எங்கே போகிறது
உணர்வைத் தேடி

இப்படியாக, மனிதர்களுக்கே உரித்தான தன்மையான உணர்வுகளில் காலம் என்ற கருத்தாக்கத்தை இனம்காண்பதன் மூலம் கவிதையை முடிக்கிறான். இந்த நிலைப்பாடு மெய்ம்மையானதும் அல்ல, முழுமுற்றிலும் நம் கற்பனையின் விளைபொருளும் அல்ல. கருத்தாக்கங்கள் ஒன்றையொன்று சார்ந்திருக்கும் தன்மையையே இது காட்டுகிறது - மாபெரும் பௌத்தத் தத்துவவாதி நாகார்ஜுனரை எனக்கு நினைவுபடுத்தும் சிந்தனை முறை இது.

காலத்தைப் பற்றிய இதுபோன்ற பல்வேறு உருவகங்களைப் பல கவிதைகள் உருவாக்குகின்றன என்று நாம் கூறலாம். ஆனால், இந்தக் கவிதைகளின் சிறப்புத்தன்மை என்னவென்றால் இவையெல்லாம் ஒரு குழந்தையின் மிகவும் எளிய, அன்றாட வாழ்க்கை அனுபவங்களில் காணப்படுபவையாக இருக்கின்றன, அந்த அனுபவங்களிலிருந்தே

இந்தக் கவிதைகள் எழுகின்றன. மேலும் இதன் தனித்தன்மை என்னவெனில் இது குழந்தையின் அனுபவங்களைப் பேசும் பெரியவர்களின் குரல் அல்ல, அல்லது தனது குழந்தைப் பருவ அனுபவங்களை நினைத்துப் பார்க்கும் பெரியவர்களின் குரலும் அல்ல. இது ஒரு குழந்தையின் அனுபவம், அலங்கரித்துக்கொள்ளாத புலனுணர்வு-சிந்தனையாக வரும் கவிதையின் வழியே வெளிப்படும் குழந்தையின் அனுபவம்.

இந்தக் கவிதைகளின் சக்தி எதுவெனில் காலத்தை அன்றாட வாழ்க்கையின் மிகவும் சாதாரண அம்சங்களிலிருந்து கண்டறிய முயல்வதுதான்: அவனது குட்டித் தம்பிக்கு அவனது தாய் உணவு ஊட்டுவதைப் பார்ப்பது, சுவரில் ஒரு எறும்பு ஏறுவதைப் பார்ப்பது, ஜன்னலுக்கு வெளியே ஒரு பறவையின் ஒலியைக் கேட்பது, வானத்தை நோக்குவது, ஆர்வத்துடன் ஒரு கண்ணாடியில் பார்த்துக்கொண்டிருப்பது அல்லது அமைதியாகத் தன்னையே உற்றுநோக்கிக்கொண்டிருப்பது. ஆக, மகிழின் காலத்தை பலாப் பழங்களில் (ஒரு கவிதையில் நினைவில் நிற்கும்படி இப்படி எழுதியிருப்பான்: "பலாச் சுளையின் இனிப்பு/ என்னை நேற்றைக்குக் கொண்டுபோனது" என்றும் "அந்தப் பலாச் சுளையின் இனிப்பு/ என்னை நேரத்துக்குள்/ அடைத்தது" என்றும்), அவனுடைய தம்பியின் சிரிப்பொலிகளில் காண முடியும்.

இப்படி மகிழ் ஆதன் அன்றாட வாழ்க்கைத் தன்மையைக் கொண்டே காலத்தின் மிகவும்

சிக்கலான அம்சத்தை - அதாவது கடந்த காலம், நிகழ்காலம், எதிர்காலம் ஆகிய மூன்றையும் எப்படியோ ஒன்றிணைப்பதாகத் தோன்றும் அதன் மூன்றுமுகம் கொண்ட தன்மையைப் பற்றி எழுதுகிறான். மகிழ் ஆதனின் கவிதைகளில் கடந்த காலம், நிகழ்காலம், எதிர்காலம் எல்லாம் கவித்துவக் கற்பனையின் பகுதிகளாகின்றன: "பறவைகள் எதிர்காலத்தின்/ கதவைத் திறந்து பறந்தன" அல்லது "நான் காலத்தில்/ எதிர்காலம்/ நிகழ்காலம்/ கடந்த காலத்தை அடைத்து வைத்தேன்." அல்லது தூக்கத்தில் தனது குட்டித் தம்பி சிரிப்பதைப் பற்றி இப்படிச் சொல்கிறான்:

நீரன் தூக்கத்தில் சிரிக்கும் சிரிப்பு
எதிர்காலம் வழியாக எட்டிப்பார்த்தது

தூக்கத்தில் நீரன் சிரிக்கும்போது
சிரிப்பு சிறகடித்தது

அந்தச் சிறகடிக்கும் காற்றால்
காலம் நின்றது

தூக்கத்தில் சிரிக்கும்போது
நீரனுக்கு என்ன கிடைக்கும்

காலம் பிறக்கும் படம்
கிடைக்கும்

காலத்தின் முப்பகுப்பு தொடர்பான மிக ஆழமான சிந்தனைகளுள் ஒன்றில் மகிழ் ஆதன் வெகுளியாகக் கேட்கிறான்: "நேற்றில் எத்தனை நாள் இருக்கும்" உண்மையில், நேற்றில் எத்தனை நாட்கள் இருக்கின்றன? ஒரு நாள் மட்டும்தானா?

பல நாட்களா? இந்தக் கேள்வியைக் கேட்பதில் என்னதான் அர்த்தம் இருக்கிறது?

இங்கேதான் இறுதியாக நாம் படைப்பாளியைக் கவிதைகளுக்குள் கொண்டுவர வேண்டியுள்ளது. இந்தக் கவிதைகளின் ஆசிரியர் யார் என்று கேட்டுக்கொள்ளாமல் இந்தக் கவிதைகளை நாம் படிக்கலாம். ஒரு வகையில், அதை நாம் ஏன்தான் பொருட்படுத்த வேண்டும்? இந்தச் சொற்களை யார் எழுதியிருந்தால்தான் என்ன? ஆனால், ஒரு குழந்தை, 9 வயதுச் சிறுவன்தான் அதை எழுதினான் என்று நாம் அறிய நேரிடும்போது சொற்கள் வேறுபட்ட அர்த்தத்தைப் பெறுகின்றனவா? அவை ஆழம் குறைந்தவையாக அல்லது ஒரு சின்னப் பையன் இந்தச் சொற்களை எழுதியிருக்கிறானே என்று மிகவும் வியப்படைய வைப்பவையாக மாறிவிடுமா? நாம் படிக்கும் முறையை இந்த வியப்பு மாற்றிவிடுமா? இந்தக் கேள்விகளெல்லாம், ஒன்றைப் படிப்பது என்றால் என்ன என்பதன் மையத்தை நோக்கிச் செல்பவையாக இருக்கும் அதே வேளையில், ஆசிரியரின் பிரசன்னம் இந்தக் கவிதைகளில் வேறு வகையில் காணப்படுகிறது என்பதை மட்டும் நான் சுட்டிக்காட்டுவேன். வயதின் அடிப்படையில் அல்ல, ஏனெனில் காலத்தைப் புரிந்துகொள்வதற்கு அது ஒன்றே வழியாக இருக்கிறது, இப்படியான காலத்தில் மகிழ் ஆதன் சற்றும் ஆர்வம் காட்டுவதில்லை. ஆசிரியரின் பிரசன்னமானது இந்த உலகத்தைப் பார்ப்பதில் ஒரு தன்னம்பிக்கை, ஒரு வெகுளித்தன்மை, ஒரு புத்துணர்ச்சி ஆகியவற்றின்

அடிப்படையில் அணுகப்பட வேண்டியது. ஒருவேளை, குழந்தையாக இருப்பது என்பது மொழியைப் பற்றியோ, சொல்லப்படும் விஷயம் சரிதானா என்ற அதன் 'சரித்தன்மை' பற்றியோ, சொல்லப்படும் விஷயத்தின் ஆழத்தைப் பற்றியோ ரொம்பவும் கவலைப்படாமல் தான் சொல்ல விரும்புவதைச் சொல்வதாக இருக்கலாம். இந்தக் குழந்தைத்தன்மை ஏறிய-அனுபவத்தின் - காலம் பற்றிய ஒரு அனுபவத்தின் குரல்தான் உண்மையில் இந்தக் கவிதைகளில் மிகவும் அற்புதமாக மகிழ் ஆதனால் கைக்கொள்ளப்பட்டிருக்கிறது. இந்த வெகுளித்தனமும்தான் புத்துணர்ச்சியும்தான் மகிழ் ஆதனிடம் காலத்தின் பிரசன்னத்தைக் குறிக்கின்றனவே தவிர அவனது பௌதிக வயது அல்ல.

சுந்தர் சருக்கை

barefoot philosophers

[பேராசிரியர் சுந்தர் சருக்கை இந்தியாவின் முக்கியமான தற்காலத் தத்துவவியலர்களுள் ஒருவர். இவரது நூல்கள் தமிழில் சீனிவாச ராமாநுஜத்தின் மொழிபெயர்ப்பில் 'விரிசல் கண்ணாடி', 'இரண்டு தந்தையர்', 'சிறுவர்களுக்கான தத்துவம்' (இணை மொழிபெயர்ப்பு த. ராஜன்) என்ற தலைப்புகளில் வெளியாகியிருக்கின்றன. தத்துவத்தை எல்லோருக்கும் எடுத்துச்செல்லும் வகையில் 'Barefoot Philosophers' என்ற அமைப்பை சுந்தர் சருக்கை நிறுவி நடத்திவருகிறார்.]

ஜாக்கி சானின் மந்திரக் கற்கள்...

- மகிழ் ஆதனிடம் சில கேள்விகள்...

கேள்வி: கவிதை என்றால் என்ன?

மகிழ் ஆதன்: கவிதை என்றால் கனவு.

கேள்வி: நீ ஏன் கவிதை எழுதுகிறாய்?

மகிழ் ஆதன்: யான் கவிதை எழுதுறன்னா கவிதை எழுதப் புடிச்சிருக்கு.

கேள்வி: காலம் என்றால் என்ன?

மகிழ் ஆதன்: காலம் என்றால் எல்லாமே.

கேள்வி: காலத்தைப் பார்க்க முடிந்தால் அதனிடம் என்ன கேட்பாய்?

மகிழ் ஆதன்: என்ன கேட்பன்னா ஜாக்கி சான்ல* வர்ற 12 மந்திரக் கல்லையும் கேட்பன்.

கேள்வி: கவிதை எழுதும்போது உன் மனசு எப்படி இருக்கும்?

மகிழ் ஆதன்: எப்படி இருக்குன்னா அடுத்த வரி என்ன சொல்லலான்னு யோசிச்சிகிட்டு இருக்கும்.

*சுட்டி டிவியில் ஒளிபரப்பாகும் ஜாக்கி சான் கார்ட்டூன் தொடர்

கவிதைகள்

காலத்தைத் தாண்டி வரும் ஒருவன்
காலத்தில் பறப்பான்
காலத்தை நேரில் பார்ப்பான்
காலத்தைக் கற்பனை பண்ணிப்பான்

27-04-2019

(இந்தக் கவிதை மட்டும் மகிழ் ஆதனின் 'நான்தான் உலகத்தை வரைந்தேன்' கவிதைத் தொகுப்பில் இடம்பெற்றது.)

மும்முத்தம்

மும்முத்தம்*
காலத்தில் முன்னாடி போய்
அதையே நேரில் பார்த்தது

நேரில் பார்த்த முத்தம் என்னைத்
தண்ணீர்ப் பூவாக ஆக்கியது

10-05-21

---

*மும்முத்தம் - அம்மா, அப்பா, குழந்தை மூன்று பேரும் ஒரே சமயத்தில் கொடுத்துக்கொள்ளும் முத்தம்.

ஏற்கெனவே நடந்தது

ஏற்கெனவே நடந்த மாதிரி இருந்தது
ஆனால்
ஏற்கெனவே நடந்த மாதிரி இல்லை
அது எனக்கே நடந்தது
என்னைப் பார்த்தே நடந்தது

என்னைப் பார்த்தே நடந்தது
காற்றில் கரைந்தது

24-05-21

காலம் என்றால் என்ன
அது ஒரு பூ
அந்தப் பூவுக்குள்
ஒரு உலகம் இருக்கிறது

19-06-21

நேற்று இருந்த காலம்

நான் காலத்தில் மிதந்தேன்

காலத்தை
என் கண்ணுக்குள் தெரிய வைத்தேன்

காலம் என் கனவைத் தூக்கிக்
கடலில் போட்டது

நேற்று இருந்த காலம்
இன்னைக்கு இருக்குமா

இருக்கும்

காலம் என்னிடம் சொன்னது

காலம் என்னைக்
காலத்தின் முடிவுக்குக்
கூட்டிட்டுப் போனது

அங்கே
வானத்தின் முடிவு
கீழே இறங்கியது

19-06-21

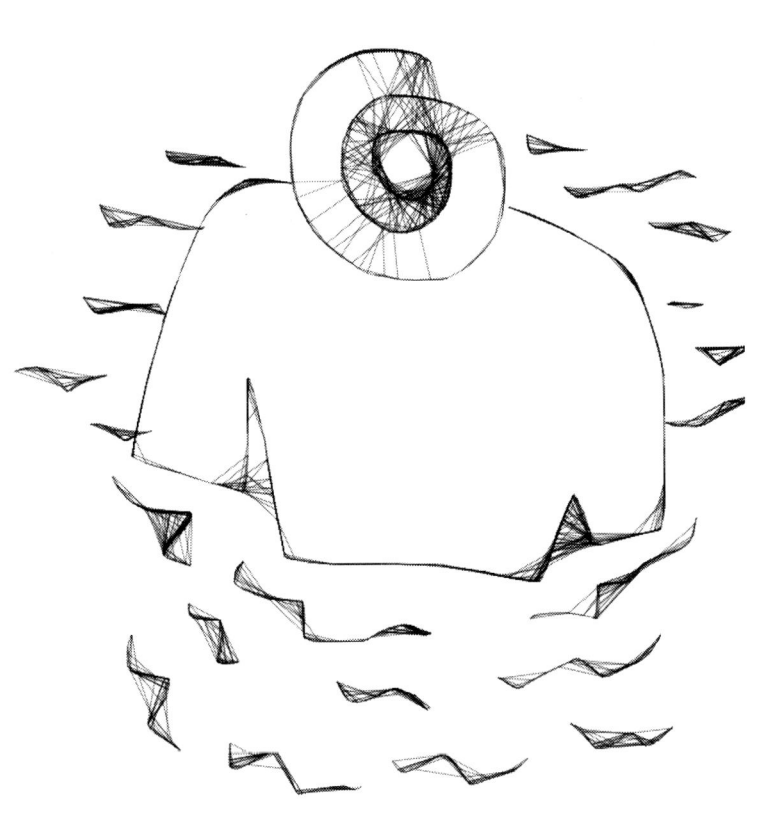

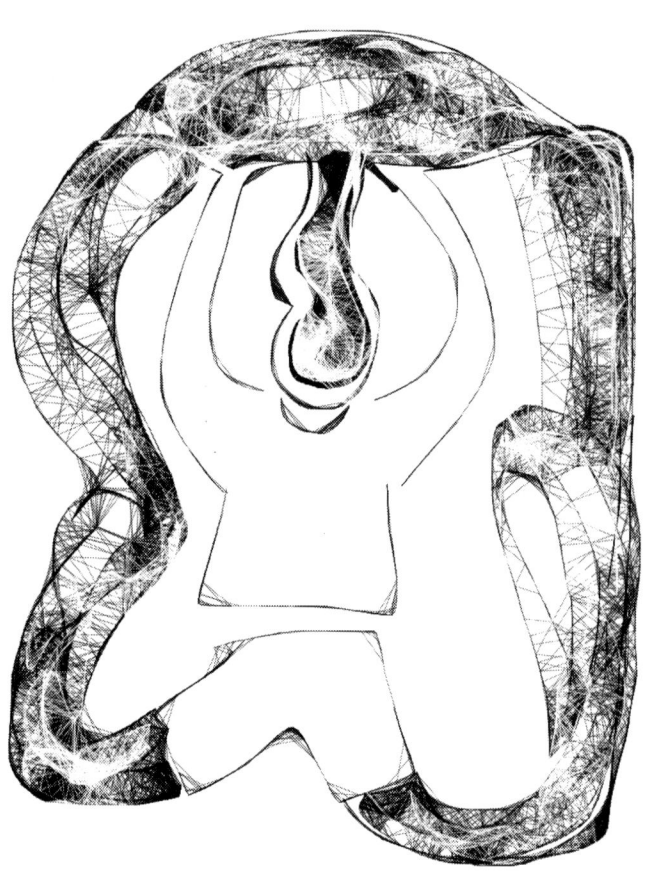

காலத்தின் சிலை

காலத்தை என் கை மூலம்
நான் நிறுத்திவைத்தேன்

காலம் என்னிடம்
பூமியின் கனவைச் சொன்னது

நான் காலத்தை
இல்லாமல் ஆக்கினேன்

நான் காலத்தின் சிலையைக்
கட்டினேன்

நான் காலத்தைத்
திருப்பி ஓடவைத்தேன்

19-06-21

எறும்பு

என் ஏணி எறும்பு
ஏணி போட்டுக்
குளத்தில் ஏறும் எறும்பு
நான் காலத்தின் நிழல் மேல்
ஏறுவேன்

21-06-21

காலத்தின் சொல்

காலத்திற்கு வடிவம் இருக்கா
சொல்லுக்கு முடிவு இருக்கா
காலத்திற்கு இடம் உண்டா
சொல்லுக்கு வெளிச்சம் உண்டா
காலத்திற்கு வீடு இருக்கா
சொல்லுக்கு முத்தம் இருக்கா
காலத்திற்குக் கனவு இருக்கா
சொல்லுக்கு உடம்பு இருக்கா
காலத்திற்கு உணர்வு இருக்கா
சொல்லால் வளர முடியுமா
சொல் என்றால் என்ன
அது ஒரு நிறம்
காலம் என்றால் என்ன
அது ஒரு புதிய மண்

21-06-21

நான் காலத்தை வரைந்தேன்

காலம் என்றால் என்ன
அது ஒரு புதிய உலகம்

காலம் என்றால் என்ன
அது ஒரு புதிய பறவை

காலத்தைப் பார்க்க முடியுமா
முடியும்

காலம்
ஒரு பேசும் பூ

காலத்தை நான்
மாற்றி எழுதினேன்

காலம்
ஒரு கண்ணாடிக் காலம்

காலம்
காற்றை உறியும் காலம்

நான் காலத்தை வரைந்தேன்

காலம் மறைந்து
ஒரு மரமாய் வளர்ந்தது

21-06-21

காலம் கடலின் கண்ணாடி

நான் காலத்தை நிறுத்தி வைத்துக்
கடலில் போட்டேன்
காலம் கடலில்
கண்ணாடி போல மின்னியது

நான் காலத்தை முழுங்கி
நானே காலமாய் மாறினேன்

நான் காலத்தை முழுங்கியதும்
ஒரு மீன் போல் குதித்தேன்

காலம் என்னைக் கட்டிப்பிடித்தது

காலம் எனக்கு வானத்தில்
வீடு கட்டியது

நான் காலத்தைப் பார்த்து வரைந்து
காற்றில் மாட்டினேன்

22-06-21

புதிய காலம்

காலத்தின் அழகு
கண்ணால் மறைந்து
காதால் தெரியும்

நான் காலத்தின் மேல்
காலத்தின் வெளிச்சத்தை வரைந்தேன்

காலம் ஒரு கற்பனை

அந்தக் கற்பனையை
நான் உடைத்தேன்

காலத்துக்குள் ஒரு புதிய காலம்
பிறக்கிறது

22-06-21

காலத்தின் இடையில் நட்சத்திரம்

நான் காலத்தின் கனவை
என் கண்ணால்
யோசித்துப் பார்த்தேன்

காலம்
ஒரு காணாமல் போன காலம்

காலம் எப்படி உருவானது
பூவின் நிழலால் உருவானது

நான் காலத்தின் கனவை
வானத்தில் தெரிய வைத்தேன்

நான் வானத்தின் நிழலில்
காலத்தைத் தெரிய வைத்தேன்

அந்தக் கற்பனை வானம்
ஒரு கண்ணால் உருவானது

காலத்தை யாரால் வரைய முடியும்
என் கவிதையால்

காலத்தின் இடையில்
நட்சத்திரம் சிக்கிக்கொண்டது

25-06-21

அழிந்துபோன கனவு

என் மனசு
நேரத்தை நிறுத்திவைக்கும்போது
நேரம்
ஒரு அழிந்துபோன கனவு

அந்த அழிந்துபோன கனவை
யார் அழித்திருப்பா
நிழல்

அந்தக் கனவு
எப்படி உருவானது
பேசும் புள்ளியால்

24-06-21

நட்சத்திரக் கண்கள்

கனவில் கேட்ட சத்தம்
காலத்தை நிறுத்தி வைத்தது

கனவில் கேட்ட சத்தம்
என் நேரில் வந்து விளையாண்டது

சத்தத்தை நான்
ஒரு நட்சத்திரக் கண்களாக
மாத்தினேன்

வானத்தில் இருந்து
ஒரு நட்சத்திரம் கீழே விழுந்து
சத்தத்தின் புள்ளியை
அதுக்குள் வைத்தது

நீரின் கனவு
காற்றில் கரைந்துபோனது

சத்தம் வைரத்துக்குள் பேசியது

05-07·21

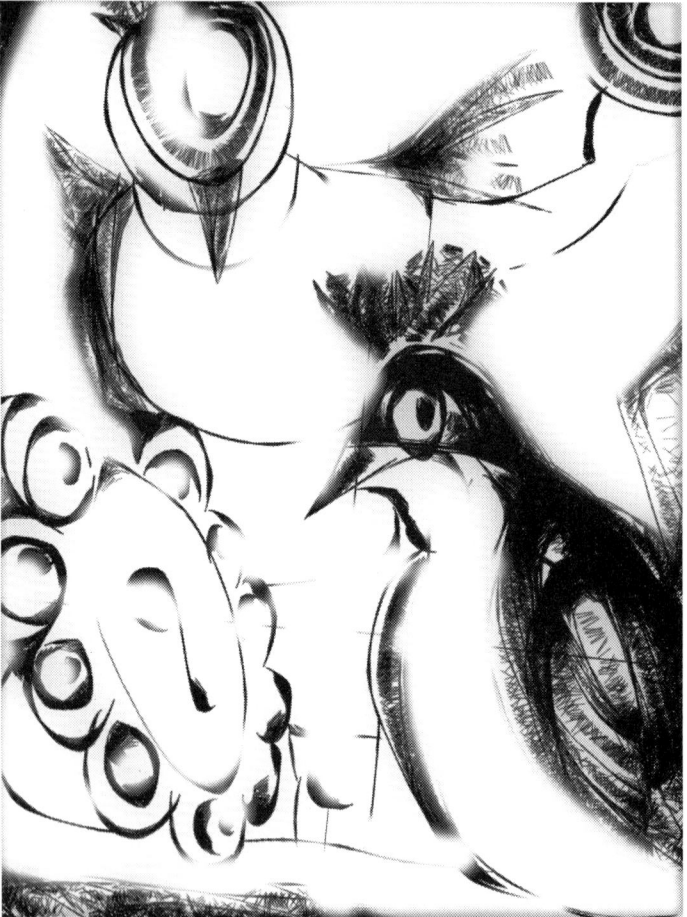

சுடலைக் குயில்

சுடலைக் குயில்*
சூரியனைத் திட்டும் குயில்

சுடலைக் குயில்
ஒரு காலத்தின் சத்தம்

நான் அந்த சத்தத்துக்குள் போகும்போது
சுடலைக் குயில்
சூரியனைக் கொத்தித் தின்னது

நான் சுடலைக் குயிலிடம் பேசும்போது
சுடலைக் குயிலின் சத்தம்
இருட்டில் பேசும்போல் இருந்தது

சுடலைக் குயிலின் சத்தத்தை வைத்து
நான் காலத்தின் எதிர்காலத்தை செய்தேன்

சுடலைக் குயிலின் சத்தம்
தூங்கும் பூவிடம் பேசியது

சுடலைக் குயிலின் சத்தம்
ஒரு பாட்டின் சந்தத்துக்குள் போனது

06-07-21

---

*சுடலைக் குயில் - *Pied Crested Cuckoo* (இந்தியத் தொன்மத்தில் இது சாதகப்புள் என்று சித்தரிக்கப்படுகிறது.)

காற்று ரசிகன்

காற்று ரசிகன்
காற்றின் கனவை வரைந்தான்

காற்று ரசிகன்
காற்றின் காலத்தைத் திருடினான்

அந்தக் காலம்
ஒரு உடைந்துபோன கண்ணாடி

காற்று ரசிகன்
அவன் பேரிடம் பேசினான்

காற்று ரசிகன்
காற்றிடமிருந்து
பொய்யைத் திருடினான்

காற்று ரசிகன்
காற்றைக் கலைத்தான்

09-07-21

பலாச் சுளையின் இனிப்பு

பலாச் சுளையின் இனிப்பு
என்னை நேற்றைக்குக் கொண்டுபோனது

நேற்றைக்குப் போய்
நான் இன்றை நினைத்துப் பார்த்தேன்

காலம் என்னைக் கலைத்தது

பலாச் சுளையின் இனிப்பு
என்னைக் காற்று போல்
சுற்ற வைத்தது

பலாச் சுளையின் இனிப்பு
என்னிடமிருந்து
சொல்லைப் பிடுங்கியது

அந்தப் பலாச் சுளையின் இனிப்பு
என்னை நேரத்துக்குள்
அடைத்தது

09-07-21

காலத்துக்குள் ஒரு குகை

கனவு என்றால் காலம்

கனவுக் காலத்தில் போகும்போது
மனதின் துண்டு மிதந்தது

காலத்துக்குள் ஒரு குகை

கனவு
காலத்தின் கடலை சந்தித்தது

காலம்
தன்னுடைய நிறத்தைத் தேடியது

காலம் நிறத்தில் கரைந்தது

காலம் பூமியை மூடியது

கனவு அதன் உணர்வால்
என்னை உடைத்தது

நான் பறவையின் முட்டைக்குள்
தூங்கினேன்

பறவையின் சத்தம்
காலத்தில் கரைந்தது

13-07-21

கானாங்கோழியின் தடம்

கானாங்கோழி*
பச்சைக் குழந்தையின்
நாக்கில் கூட நடக்கும்

கானாங்கோழியின் தடம்
என் கையில் வந்து சிரிக்கும்
அந்தச் சிரிப்பில் நான் நீந்தினேன்
அந்தச் சிரிப்பு
உலகத்தின் அழகை முழுங்கியது

கானாங்கோழியின் இறகு
கீழே விழும் சத்தம்
என்னைத் தூக்கியது

கானாங்கோழி
நடக்கும் சத்தம்
என்னை நின்று நின்று தள்ளியது

கானாங்கோழியின் குரல்
காலத்தில் அழைந்தது**

20-07-21

கானாங்கோழி - White-breasted Waterhen
**அழைந்தது - அழைந்தது*

நேற்றில் எத்தனை நாள் இருக்கும்

நேற்றில் எத்தனை நாள் இருக்கும்
சூரியனின் வெப்பத்தின் நாள் இருக்கும்

வெப்பத்தின் நாள்
விளையாட்டைப் பிறக்க வைத்தது

நாள் பாட்டின் வரிக்குள்
தூங்கியது

வரியின் சிந்தனை
நாளை மாற்றியது

வெப்பம் நாளின் படத்தை
வரைந்தது

வரைந்த படம்
காலையாய்க் கலைந்தது

23-07-21

முள்ளங்கியின் அடிவாரம்

முள்ளங்கியின் அடிவாரத்தில்*
பூக்களின் சத்தம்

முள்ளங்கியின் அடிவாரத்தில்
மழையின் துளி

முள்ளங்கியின் மனசு
சூரியனின் நிழலில் கரைந்தது

முள்ளங்கியின் கனவு
காலத்தை இழுத்தது

முள்ளங்கியின் நிறத்தைத் திருடியது
பட்டாம்பூச்சி

முள்ளங்கியின் கனவு
காலத்தை உறைய வைத்தது

சூரியனின் ஒளி
உணர்வைத் திருடியது

முள்ளங்கி
சூரியனின் ஒளி

முள்ளங்கி வானத்தின் நிறத்தைக்
கனவுப் பொட்டிக்குள் அடைத்தது

காலத்தைக் கலைத்தது முள்ளங்கி

முள்ளங்கியின் அடிவாரம்
என் மனதுப் புயலைத் திருடியது

நான் முள்ளங்கியின் கனவைக்
காற்றால் கட்டிப்போட்டேன்

28-07-21

*முள்ளங்கியின் அடிவாரம் - மகிழ் ஆதனின் மொழியில் முள்ளங்கியின் குறுகலான நுனிப் பகுதி.

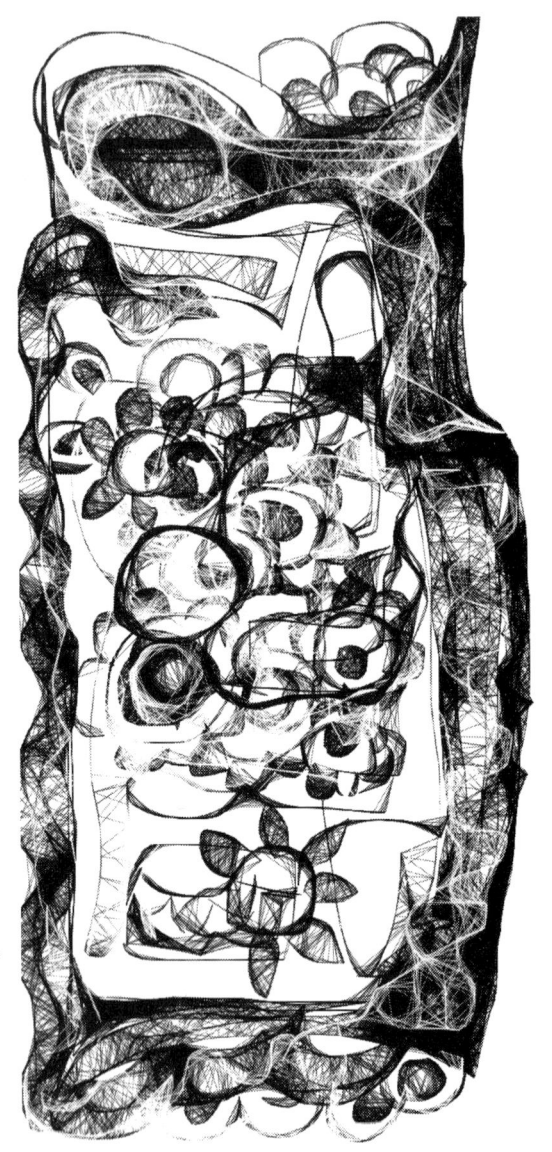

பகலிரவு

பகல்
வண்ணங்களின் நிழலைக்
காட்டும்

இரவு
வண்ணங்களின்
கலைந்த கனவைக் காட்டும்

பகல்
ஒளியின் கோடு

இரவு
வண்ணங்களின் திட்டம்

பகல்
பார்வையின் ஒளி

இரவு
வெளிச்சத்தின் குளிர்

03-08-21

காலத்தில் நீரனின் சிரிப்பு

காலத்தில் நீரனின்* சிரிப்பு
புகுந்தது

நீரனின் சிரிப்புக்குள்
பூக்களின் ஒளி

நீரனின் சிரிப்பு
வண்ணங்களை உருவாக்கியது

பூக்கள் வண்ணங்களின்
கனவை மாற்றியது

நான் பூவின் நிழலைக்
கரைத்தேன்

காற்றின் மேல்
நட்சத்திரத்தின் வெளிச்சம் தூங்கியது

15-08-21

*நீரன் - மகிழ் ஆதனின் இரண்டரை வயது தம்பி.

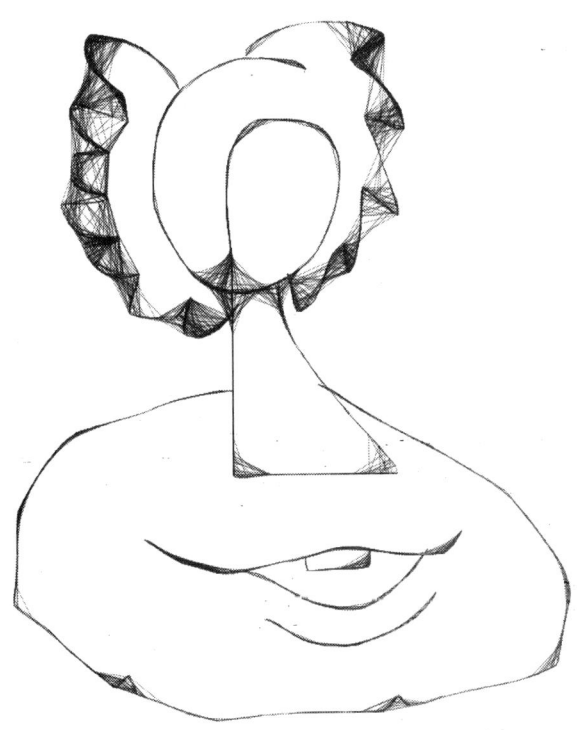

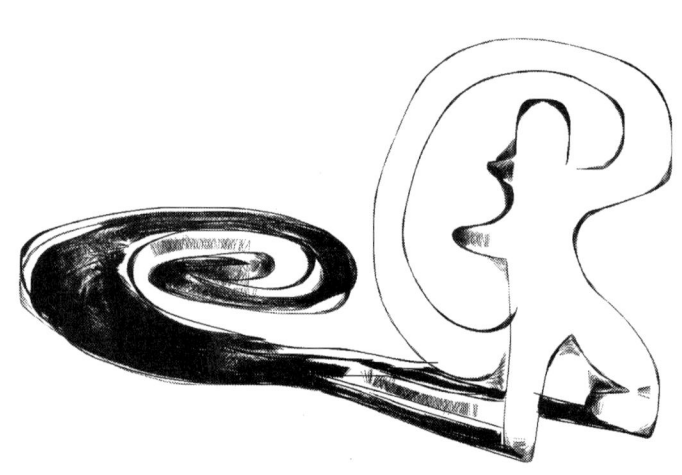

நமக்குள் கருந்துளை

கருந்துளை
காலத்தை முழுங்கியது
நம்மள் கருந்துளைக்குள் இருக்கிறோம்

கருந்துளை ஒரு கருப்புபூதம்
கருந்துளை காந்தத்தின் கண்

காலத்தின் நிறம் கருப்பு
காலத்தின் நிறம்
கருந்துளையைக் கற்பனையில் உருவாக்கியது

கருந்துளை
ஒரு கதையிலிருந்து வந்தது

நமக்குள் கருந்துளை

கருந்துளை
பூவுக்குள் தூங்கியது

காலமும் கருந்துளையும்
ஒரு பாட்டின் சந்தம்

கருந்துளை
சத்தத்தின் கனவு

15-08-21

மூன்று காலம்

காலத்தில் என் முகம் தெரிந்தது

நான் காலத்தில்
எதிர்காலம்
நிகழ்காலம்
கடந்த காலத்தை அடைத்து வைத்தேன்

நான் காலத்தில்
எதிர்காலத்தை வரைந்தேன்

நான் எதிர்காலத்துக்குப் போய்
என்னைச் சந்தித்தேன்

நான் காலத்தை
நட்சத்திரத்தின் பாதியாய் வரைந்தேன்

நான் காலத்தில் உருவானேன்

எதிர்காலம்
ஒரு பூக்களின் சத்தம்

மூன்று காலமும்
காற்றின் கனவால் உருவானது

15-18-21

எதிர்காலத்தில் வீசும் காற்று

பூக்கள்
பூக்களில் ஒட்டும் காலம்

காலம்
ஒளியைக் கூறிச் செல்லும் காலம்

பூக்களின் நிறம்
காலத்தின் மேல்

காலம்
ஒரு தட்டில் தெரியும் முகம்

கனவு
ஒரு எதிர்காலத்தில் வீசும் காற்று

காலம்
காற்றின் நிழல்

காலம்
கண்கட்டும் பூச்சாண்டி

காலத்துக்குள்
கரைந்த மேகம் இருக்கு

18-08-21

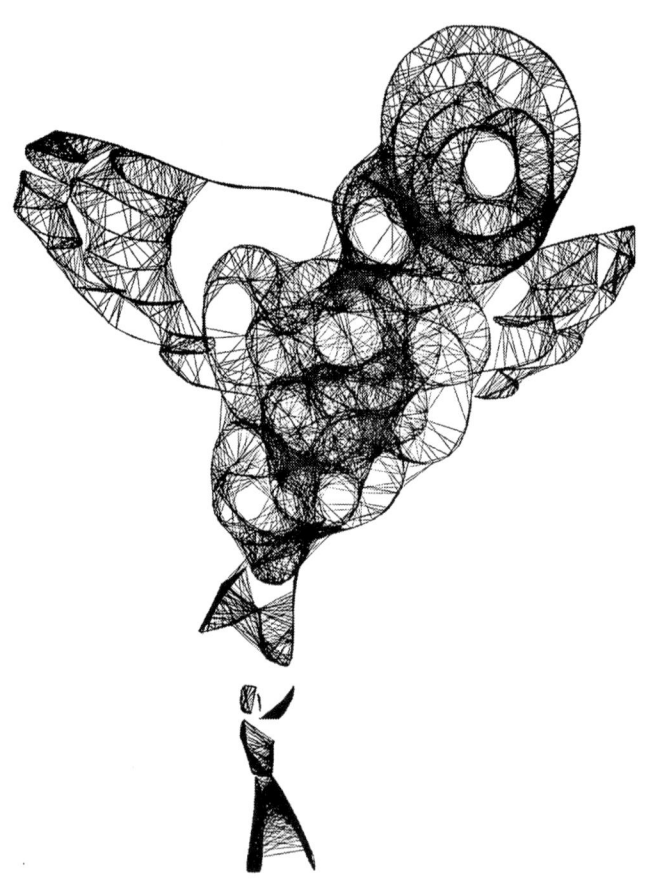

எதிர்காலத்தின் கதவு

பறவைகள் எதிர்காலத்தின்
கதவைத் திறந்து பறந்தன

எதிர்காலத்தில் பறக்கும் இறகுகள்
கடந்த காலத்தில் எனக்குக் கிடைத்தன

அந்த இறகுகளின் வண்ணம்
என்னை வரைந்தது

பறவைகளின் குரலில்
நீரனின் முத்தம் இருந்தது

எதிர்காலத்தை நோக்கிப் போகும் பறவைகள்
என் கனவில் பிறந்தன

இறகின் வண்ணம்
காலத்தைக் குறைத்தது

நான் எதிர்காலத்தில் போகும் கதவில்
உலகத்தை வரைந்தேன்

பறவைகளின் பேரில்
பூவின் ஒளி பிறந்தது

பறவைகளின் திட்டம்
புதுக் காலத்தை உருவாக்கியது

நான் நினைவுக்குப் பின்னால்
இருந்தேன்

நினைவுக்குள் காலமும் பகலும்
பிறப்பதைப் பார்த்தேன்

16-08-21

தூக்கத்தின் சிரிப்பு

நீரன் தூக்கத்தில் சிரிக்கும் சிரிப்பு
எதிர்காலம் வழியாக
எட்டிப்பார்த்தது

தூக்கத்தில் நீரன் சிரிக்கும்போது
சிரிப்பு சிறகடித்தது

அந்தச் சிறகடிக்கும் காற்றால்
காலம் நின்றது

தூக்கத்தில் சிரிக்கும்போது
நீரனுக்கு என்ன கிடைக்கும்

காலம் பிறக்கும் படம்
கிடைக்கும்

18-08-21

காலத்தின் உணர்வு

காலம் எங்கே பெய்கிறது
என் மனதில்

காலம் எப்படி
என் மனதுக்குள் வந்தது
கனவின் வழியாக

காலம் என் குரலின் பாதி

காலத்தின் உணர்வு
என் கனவின் முடிவைச் சொன்னது

நான் காலத்துக்கு
நட்சத்திரத்தின் கூட்டத்தைத் தந்தேன்

20-08-21

காலம் எங்கே போகிறது

காலம் எங்கே போகிறது
கனவைத் தேடி

கனவு எங்கே போகிறது
நிறத்தைத் தேடி

நிறம் எங்கே போகிறது
பறவையைத் தேடி

பறவை எங்கே போகிறது
பாட்டைத் தேடி

பாட்டு எங்கே போகிறது
நினைவைத் தேடி

நினைவு எங்கே போகிறது
உலகத்தைத் தேடி

உலகம் எங்கே போகிறது
மனதைத் தேடி

மனது எங்கே போகிறது
ஒளியைத் தேடி

ஒளி எங்கே போகிறது
உணர்வைத் தேடி

20-08-21

நகுலன் தாத்தா

அப்பா அம்மாவிடம்
நகுலன் தாத்தா பிறந்து
நூறு வருசம் ஆகிவிட்டது
என்று சொன்னார்

நூறு வருசமாவா
அவர் பிறந்துகிட்டு
இருக்கார்

20-08-21

நகுலனின் நூறாவது பிறந்தநாள் அன்று எழுதிய கவிதை

காலத்தின் ஒரு துளி

வானத்தில் பறக்கும் பறவையை
யார் விட்டது

காலம் விட்டது

அந்தக் காலத்திடம்
அந்தப் பறவை
எப்படிக் கிடைத்தது

அந்தப் பறவை
காலத்தின் கனவு

அந்தப் பறவை
ஒளியின் கூட்டம்

காலம்
ஒளியின் பொந்து

காலத்தின் ஒரு துளி
என் கையில் விழுந்தது

காலம்
நினைவில் புகுந்த பூ

மாறும் ஒளி
காலத்தைக் கூப்பிட்டது

காலம்
கண்ணாடியில் தெரியும் சிலை

29-08-21

நெஞ்செழுத்து

நெஞ்செழுத்து* நீரில் நீந்தும்போது
நீர் நெஞ்செழுத்தை
நிலாவில் வைத்தது

நெஞ்செழுத்து நீரனை நினைத்தது

நெஞ்செழுத்து நீரனை நினைக்கும்போது
நீரனின் குரல் அதைத் தொட்டது

நெஞ்செழுத்து காலத்தை நினைத்தது
நெஞ்செழுத்து காலத்தின் கனவை நிறுத்தியது

நெஞ்செழுத்து காலத்தின் வடிவத்தை
காற்றின் வெளிச்சத்தில்
பூக்க வைத்தது

நெஞ்செழுத்து
காலத்தின் கற்பனையை வைத்து
உலகம் செய்தது

03-09-21

---

*நெஞ்செழுத்து - தலையெழுத்தைப் போன்று மகிழ் கற்பனை செய்தது.

காலசாலை

காலசாலையை
நான் பார்க்கும்போது
நான் குழந்தையாக நடந்துபோவது
தெரிந்தது

காலசாலை
நீரைப் பூவில்
தெரியவைத்தது

காலசாலை
பறவைகளின் குரலை
ஒளித்துவைத்தது

காலசாலை
வாசத்தை வரைந்தது

வானத்தில் ஒளிர்ந்திருக்கும் நட்சத்திரம்
காலசாலையின் கனவில் தெரிந்தது

பூவுக்குள் இருக்கும் இருட்டு
காலசாலையைப் பறக்க வைத்தது

04-09-21

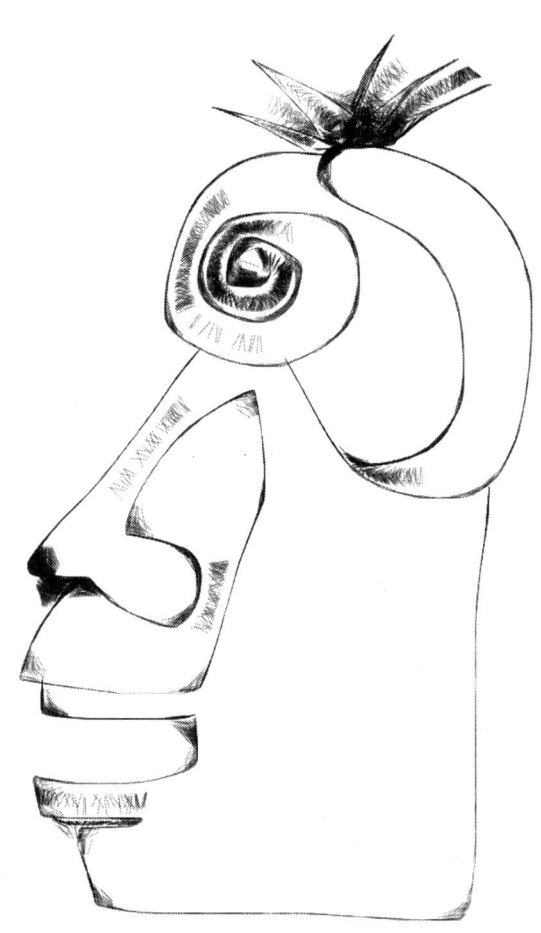

நீ எப்போ பிறப்ப

நீ எப்போ பிறப்ப

நான் காலத்துக்குக் கனவு வரும்போது
பிறப்பேன்

காலம் பிறக்கும் படம்
பூவில் பூத்தது

காலம்
ஒரு முறைக்கும் கண்ணாடி

நான் பிறப்பதற்கு முன்பு
காலத்தில் சிக்கிக்கொண்டேன்

காற்று காலத்தைக்
கசங்க வைத்தது

நான் காலத்தைப்
புத்தகத்தின் பக்கத்தில் வைத்தேன்

நீ பிறக்கும் முன்
நான் உன் கனவைத் திருடுவேன்

நான் பிறக்கும் முன்
நேரம் தூங்கிக்கொண்டு இருந்தது

09-09-21

வானத்தின் குரல்

பறவைகள்
தூரத்தில் பறக்கும்போது
வானத்தின் குரல்போல் இருக்கிறது

பறவைகளின் நினைவை
வானத்தில் சேமித்து வைத்தேன்

பறவைகளின் இறகு
என் மனது

என்மீது
பூக்களின் காலம்

கண்ணாடியில் பார்த்த இறகு
வானத்தைக் கொத்தியது

பறவைகள் பறக்கும்போது
வானம் மாறியது

பறவைகள் சூரியனின் வெளிச்சத்தை
சிரிக்கவைத்தன

பறவைகளின் வண்ணம்
விட்டு விட்டுக் கேட்டது

பறவைகள் என்னைப் பார்க்கும்போது
இறகுகள் நினைவைக் கொட்டியது

10-09-21

பாரதியாரின் கனவு

பாரதியாரின் கனவு
எதிர்காலத்தில்
தூங்கிக்கொண்டிருந்தது

பாரதியார்
சூரியனின் புத்தகம்

பாரதியாரின் உணர்வு
நட்சத்திரத்தின் வெளிச்சம் வரைந்தது

வானத்தில் தெரியும்
நட்சத்திரங்களெல்லாம்
பாரதியாரின் கனவில்
மின்மினிப் பூச்சியாய்த் தெரிந்தது

பாரதியாரின் கவிதைகள்
உலகத்தின் வண்ணத்தைக்
கொட்டிக்கொண்டிருக்கிறது

பாரதியாரின் கனவு
கோடு போட்ட கண்ணாடி

பாரதியாரின் சிந்தனை
தூரத்தில் தெரியும்
ஒளியாக மாறியது

11-09-21

பாரதி நினைவு நூற்றாண்டுக் கவிதை

எதிர்கால மனிதர்கள்

நம்ம நிகழ்கால மனிதர்கள் இல்ல
எதிர்கால மனிதர்கள்
என்று காலம் என்னிடம் சொன்னது

காலம் எந்த இடத்தில் இருக்காது
காலம் நினைவில் இருக்காது

காலம்
ஒரு எழுத்து

காலம்
நீரனின் சிரிப்புப் பை

நீரன் சிரிக்கும் சிரிப்பு சத்தம்
காலத்தைத் தொட்டது

காலத்துக்கு நீரனின் சிரிப்பைக்
காட்டிக்குடுத்தேன்

காலம் என் எழுத்தில்
நிறத்தைக் கொட்டியது

என் கனவில்
சூரியனைப் பார்க்கும்
இருள் கிடைத்தது

இருளின் இடையில்
நிகழ்காலத்தை
யாரோ கொன்னுட்டாங்க

14-09-21

காலத்தின் கடல்

தூக்கத்துக்கு முடிவு இருக்கு
கடலுக்கு முடிவு இருக்கு
சிந்தனைக்கு முடிவு இருக்கு
காலத்தின் கடலுக்கு முடிவு இருக்கு
வண்ணத்துக்கு முடிவு இருக்கு
வானத்தின் நிழலுக்கு முடிவு இருக்கு
எதிர் ஒளிக்கு முடிவு இருக்கு
பூமிக்கு முடிவு இருக்கு
பக்கத்துக்கு முடிவு இருக்கு
சொல்லுக்கு முடிவு இருக்கு
எண்ணுக்கு முடிவு இருக்கு
நிலாவுக்கு முடிவு இருக்கு
ஒரு கவிதைக்கும் முடிவு இருக்கு

23-09-21

பூவின் சந்தேகம்

காலம் உறையும் இடத்தில்
நான் பரிசை மறைத்துவைத்தேன்

பரிசு அதன் கனவில்
காலத்தை மறைத்துவைத்திருக்கிறது

நான் காலக் கடிகாரத்துக்கு மேல்
நின்றேன்

காலம்
பூவில் இருந்து உருவானது

காலம்
பூவின் சந்தேகத்தால் உருவானது

பூவில் இருந்து வரும் சத்தம்
காலத்தை இழுத்தது

நீரின் நிழலைக்
காலம் நிறுத்திவைத்தது

நான் காலத்திடம்
உலகத்தை நிறுத்திவைக்கச் சொன்னேன்

18-09-21

அப்பாவுக்குப் பிறந்தநாள் பரிசு
- மகிழ் ஆதன்

போர்வை வீடு

நான் கட்டிய
போர்வை வீடு

அந்த வீட்டுக்குள்
நீர் தூங்கிக்கொண்டிருக்கிறது

நான் கட்டிய
போர்வை வீட்டுக்குள்
இருக்கும் சதுரம்
காலத்தைக் கரைத்தது

நான் போர்வை வீட்டை
ஒரு வட்டத்துக்குள் கட்டினேன்

போர்வை வீட்டின் கனவு
என் மனதுக்குள் தூங்குகிறது

போர்வை வீட்டுக்குள்
இருக்கும் இருள்
ஈரத்தைப் பார்த்துப் பயந்தது

அந்தப் போர்வை வீட்டின் சத்தம்
பூமியிடம் பேசியது

அந்தப் போர்வை வீட்டை
என் நெஞ்சில் கட்டினேன்

25-09-21

காந்தி தாத்தாவின் காலம்

பிறக்கும்போது
காந்தி தாத்தாவுக்கு
என்ன வயது

பிறக்கும் வயது

அந்த வயது
பெட்டியீன் பூட்டு

காந்தி தாத்தாவின் கண்ணாடியில்
எதிர்காலம் ஓடிக்கொண்டிருந்தது

காந்தி தாத்தாவின் குரல்
நினைவின் பொந்து

காந்தி தாத்தாவின் குரல்
காலத்தில் உறைந்தது

காந்தி தாத்தாவின் காலம்
இருளின் வடிவத்துக்கு மாறியது

காந்தி தாத்தாவின் சிரிப்பு
உயுரத்தின் இதயம்

காந்தியின் ஒளி
பறவைகளின் கூடு

30-09-21

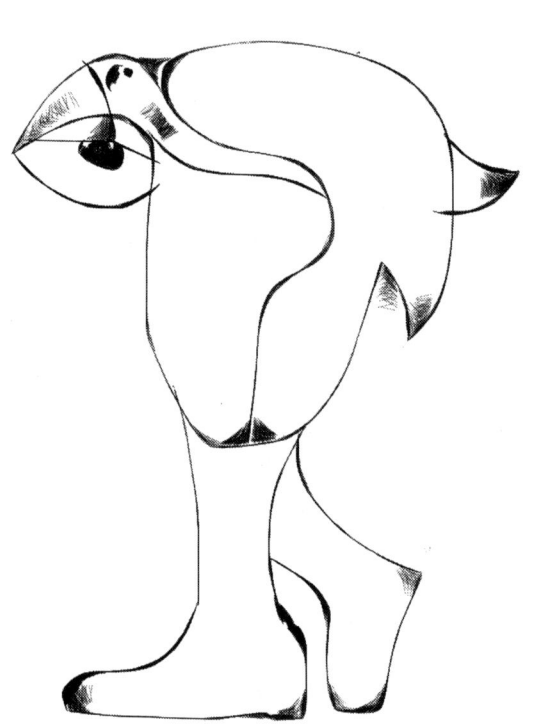

போற டாட்டா வர டாட்டா

போற டாட்டா கடந்த காலத்தின் முடிவு
வர டாட்டா* எதிர்காலத்தின் முடிவு

போற டாட்டா காலத்தின் கண்
வர டாட்டா காலத்தின் நிறம்

போற டாட்டா கனவின் ஆசை
வர டாட்டா காலத்தின் கரை

போற டாட்டா போர்வையின் புல்
வர டாட்டா மாறும் வடிவங்கள்

போற டாட்டா உணர்வின் உதை
வர டாட்டா பூக்களின் படும் ஒளி

போற டாட்டா நட்சத்திரத்தின் இடை
வர டாட்டா வாசத்தின் முடிவு

வர டாட்டா பேனாவின் முனை
போற டாட்டா புல்லாங்குழலின் சத்தம்

வர டாட்டா வரும் பாதம்
போற டாட்டா போகும் பாதம்

வர டாட்டாவையும் போற டாட்டாவையும்
நான் காலத்திடம் குடுத்தேன்

02-10-21

---

*வர டாட்டா - ஒருவர் வரும்போது அவரை வரவேற்கும் விதமாகக் குழந்தை காட்டும் டாட்டா.

கடலில் மிதந்த வரி

கடலில் மிதந்த வரி
அந்த வரி என் மனதின் ஆசையை
அழித்தது

கரையில் மிதந்த வரி
காலத்துக்குப் பின்னால் மறைந்தது

அந்த வரி
மழையின் முடிவு

அந்த வரி
மழையில் நனைய்ாத வருத்தம்

அந்த வரி
உலகத்தின் ஆசையை
அதன் கனவில் பாத்தது

அந்த வரியின் சந்தோஷம்
பூவில் பூத்ததை
நான் பாத்தேன்

அந்த வரி
சந்தோஷத்தின் உயரம்

05-10-21

காலத்தை யாரு கண்டுபுடிச்சது

காலத்தை யாரு கண்டுபுடிச்சது
நிழல்

காலம்
ஒளிவட்டத்துக்குள் தூங்குகிறது

காலம்
அடுக்கிவைக்கப்பட்ட ஒளி

காலம்
பேனாவின் முனை

காலம் எங்கே தூங்கும்
என் மனதில்

காலம்
அற்புதத்தின் ஒளி

காலம்
நீரின் அற்புதத்திடம் பேசியது

காலம்
நிழலின் குளிர்ந்த பூ

காலம்
வாசனையின் வலை

காலம்
கற்பனையின் புதையல்

12-10-21

காலத்தின் ஒளி

காலத்தின் ஒளி
பூக்களின் புதையல்

காலத்தின் ஒளி
பார்வையின் பனி

காலம்
சூரியனின் வெப்பப் பூ

காலம்
என் கனவில் வந்த பொம்மை

காலம்
கட்டிவைக்கப்பட்ட நிழல்

காலம்
வானத்தின் ஏணி

31-10-21

காலம் என்றால்

காலம் என்றால் மேகம்
ஒளி
மழை
கடல்
பறவை
சிங்கம்
சத்தம்
காற்று
புலி
ஆறு
சுனாமி
சூறாவளி
காட்டு யானை
நெருப்பு
குளிர்
மண்
வாசனை
விசில் குருவி
இறகு
கிளி
பச்சை
மான்
உலகம்
காலம் என்றால் கதை சொல்லும் பூ

03-11-21

வடிவங்களின் ராணி

சிறகுகள்
நட்சத்திரத்தில் சிதைந்தது

நட்சத்திரத்தின் சிதைந்த சிறகுகள்தான்
காற்றைத் தரும்

என் கனவில் வந்த வரியை
நனவாய் மாற்றினேன்

அந்தச் சிறகுகள்
என் கனவைப் பூட்டியது

சிறகுகள்
கடந்த காலத்தில்
சிலையாய் இருந்தது

இறகுகள்
வடிவங்களின் ராணி

அந்தச் சிறகுகள்
வண்ணங்களைக்
குனிய வைத்தது

20-11-21

பேனாவின் சிரிப்பு

பேனாவில் எழுதும்போது வரும் ஒளி
எழுதி முடித்த பிறகு
எங்கே போகும்

பேனாவின் சிரிப்புக்குள்
போகும்

அந்த ஒளி
சூரியனின் வண்ணத்தை
நீரின் புதையலாக
மாற்றியது

அந்த ஒளியைப் பார்க்கும்போது
என் கனவு உறைந்துபோனது

அந்த ஒளியை நீரனின் சிரிப்பு
நிலாவின் ஓட்டையாக மாற்றியது

அந்த ஒளி
இயற்கையின் சிரிப்பை
தூக்கத்தின் யோசனைக்குள்
போட்டது

அந்த ஒளி
எதிர்காலத்தின் சிந்தனைக்குள்
பிறந்தது

அது
என் சிரிப்பின் சிந்தனை

26-11-21

காலத்தின் சிறை

காலத்தின் சிறைக்குள்
காலத்தின் நினைவைப்
பூட்டி வைத்தது

அந்த நினைவைப் பார்த்தால்
காலம்
கருந்துளையின் கண்ணாடியாக
மாறிவிடும்

அந்தக் காலத்தின் உணர்வுகள்
கற்பனையின் பகுதி

காலம்
கடலில் படும் சத்தம்

காலத்தின் சிரிப்பு
மழையைப் பாட வைக்கும்

காலம்
அதன் நினைவுக்குள்ளே
பிறந்தது

காலத்தை நான்
பூக்களில் பார்த்தேன்

26-11-21

வானத்தில் கேட்கும் சத்தம்

வானத்தில் கேட்கும் சத்தம்
பறவைகள் காலத்தின் நினைவுக்குள்
பறக்கும் சத்தம்

பறவைகள் சிறகு அடிக்கும் சத்தம்
என் கனவுக்குள் கேட்டுப்
பூவாய்ப் பூத்தது

என் குரலைக்
காலம் வரைந்துகொண்டு இருக்கிறது

காலம் தூங்கிக்கொண்டே
என் நினைவுக்குள் நடக்கும்

காலத்தின் ஒளி
நிலாவைத் தூங்க வைக்கும்

26-11-21

பின்னுரை

மகிழ் ஆதன் என்ற காலப் பயணியின் கதை
– ஆசை

மகிழ் ஆதனின் கவிதைகளை எப்படி அணுகுவது என்பதற்கு அருமையான ஓர் அணிந்துரையைத் தத்துவவியலர் சுந்தர் சருக்கை எழுதிய பிறகு நான் ஒரு பின்னுரையை எழுதத் தேவை இல்லைதான். எனினும், மகிழ் ஆதனின் முதல் தொகுப்பு வெளிவந்தபோது சிலருக்கு எழுந்த கேள்விகள், அச்சம் போன்றவற்றைத் தெளிவுபடுத்த வேண்டும் என்று மகிழ் ஆதனின் பெற்றோராக எங்களுக்குத் தோன்றியது.

ஒன்பது வயது ஆகும் மகிழ் ஆதனின் முதல் கவிதைத் தொகுப்பான 'நான்தான் உலகத்தை வரைந்தேன்' (வானம் பதிப்பகம்) வெளியிடப்பட்டு சில மாதங்களுக்குள் அவனது இரண்டாவது கவிதைத் தொகுப்பு வெளியாகும் என்பது என் மனைவி சிந்துவும் நானும் நினைத்துப் பார்த்திராதது. அந்தத் தொகுப்பு வெளியிடப்பட்ட ஏப்ரல் 2021-லிருந்து நவம்பர் வரைக்கும் அவன் எழுதியது கிட்டத்தட்ட 150 கவிதைகள். இவற்றுள் காலத்தைப் பற்றி மட்டும் 50 கவிதைகள்.

முதல் தொகுப்பிலேயே காலத்தைப் பற்றி ஒரு கவிதை இருந்தாலும் இந்தத் தொகுப்பின்

கவிதைகள் பிறப்பதற்கான ஒரு தருணம் நன்றாக நினைவிருக்கிறது. ஒருநாள், இயற்பியலரும் எழுத்தாளருமான கார்லோ ரோவெல்லியின் 'தி ஆர்டர் ஆஃப் டைம்' என்ற புத்தகத்தைப் படித்துக்கொண்டிருந்தேன். நான் என்ன படித்துக்கொண்டிருந்தாலும், என்ன எழுதிக்கொண்டிருந்தாலும் என்னை மகிழ் ஆதன் நோட்டம் விட்டுக்கொண்டே இருப்பான். நான் என்ன படித்துக்கொண்டிருக்கிறேன் என்று அவன் கேட்டபோது 'காலத்தைப் பத்தி ஒரு புத்தகம் படிச்சிக்கிட்டிருக்கேன்' என்று சொன்னேன். 'காலம்னா என்னப்பா?' என்று கேட்டான். நேரம், நிமிடம், மணி, நாள் என்று என்னென்னவோ சொல்லி விளக்க முயன்றாலும் அந்த விளக்கங்களைக் கொண்டு என்னால் காலத்தை அவனுக்குப் புரிய வைக்க முடியவில்லை. அது என் இயலாமை. காலத்தைப் பற்றி எவ்வளவு புத்தகங்கள் படித்தாலும் இன்னும் புரிந்துகொள்ள முடியாத ஒன்றாகத்தான் காலம் இருக்கிறது. மகிழ் ஆதனுக்கும் காலத்தைப் பற்றி, இந்த வயதுக்கேயுரிய தெளிவற்ற சித்திரங்கள் மனதில் இருந்திருக்கும். 'காலம்னா என்னன்னு உன் கவிதையில நீயாவே கேள்விக் கேட்டுத் தேடிப் பாரு. உனக்கு அதோட அர்த்தம் கிடைக்கலாம்' என்று சொன்னேன். நான் சாதாரணமாகத்தான் சொன்னேன். அவன் அதை மிகத் தீவிரமாக எடுத்துக்கொண்டதன் விளைவுதான் காலம் பற்றிய இந்தக் கவிதைகள். அடுத்த சில நாட்களில் காலம் பற்றிப் பல கவிதைகள் எழுதிவிட்டான்.

இந்தக் கவிதைகள் ஒரே நேரத்தில் வியப்பையும் அச்சத்தையும் ஏற்படுத்தின. இவற்றை எப்படி எடுத்துக்கொள்வது என்றே எங்களுக்குத் தெரியவில்லை. ஒரு குழந்தையின் அழகிய பிதற்றல் என்று எடுத்துக்கொள்வதா, அல்லது குழந்தைதான் சிருஷ்டி மேதைமையுடன் நன்றாகச் சிந்தித்து எழுதுகிறதா என்று எப்படியும் முடிவுக்கு வர முடியாமல் திணறினோம். எங்கள் குழந்தை என்பதற்காகத் தலையில் தூக்கிவைத்துக்கொள்வதும் ஆபத்து, அதற்கு நேரெதிராக இவற்றைக் குழந்தையின் பிதற்றல் என்று நிராகரிப்பதும் ஆபத்து என்ற இக்கட்டான நிலை எங்களுடையது. ஒன்றல்ல இரண்டல்ல நானூறு கவிதைகளைத் தாண்டிவிட்டான் (இவற்றில் காலத்தைப் பற்றி மட்டும் 52 கவிதைகள்) எனும்போது கவிஞன் என்ற தொடர்-சீர்மையை (consistency) அவன் வெளிப்படுத்திக்கொண்டே இருக்கிறான் என்பதை நாமே அங்கீகரிக்காமல் இருந்தால் அது குழந்தையின் சிருஷ்டி மேதைமைச் சிறுமைப்படுத்துவது என்று தோன்றியது. அதுவே, இரண்டாவது தொகுப்பை நோக்கி எங்களை உந்தித் தள்ளியது. இன்னும் இரண்டு தொகுப்புகளுக்கான கவிதைகளும் கையில் இருக்கின்றன.

முதல் தொகுப்பிலுள்ள கவிதைகளுக்கும் அதற்குப் பிந்தைய கவிதைகளுக்கும் இடையிலான ஒரு வேறுபாடு என்னவென்றால் அவையெல்லாம் 'சொன்ன' கவிதைகள் என்றால் தற்போதைய

கவிதைகளெல்லாம் 'எழுதிய' கவிதைகள். ஆம். முதல் தொகுப்பு வெளியான பிறகு அவனே கைப்பட எழுத ஆரம்பித்துவிட்டான். மேலும், முதல் தொகுப்பில் பெரும்பாலும் மூன்று/ நான்கு வரிக் கவிதைகள் என்றால் அதற்குப் பின்பு எழுதிய 150-க்கும் மேற்பட்ட கவிதைகளில் பெரும்பாலானவை நீண்டவை. இருபது வரிகளுக்கு மேற்பட்ட பல கவிதைகளை மகிழ் ஆதன் எழுதியிருக்கிறான். தனது கவித்துவத் தெறிப்புகளை அவனால் மேலும் நீட்டிக்க முடிக்கிறது என்பது நம்பிக்கைக்குரிய விஷயம். அவனுக்கோ, சமயத்தில் எங்களுக்கோ, திருப்தி இல்லை என்றால் கவிதையைத் திருத்தி எழுதவும், மேலும் நல்ல வரிகளைச் சேர்க்கவும்கூட அவன் தயாராக இருப்பான். இத்தனைக்கும், எங்களுக்கு திருப்தி இல்லையென்றால் நாங்கள் ரொம்பவும் அழுத்த மாட்டோம், 'வரலைன்னா விடு, அப்புறம் பாத்துக்கலாம்' என்போம். சில முறை விட்டுவிடுவான், ஆனால் பெரும்பாலும் தளராமல் மீண்டும் தொடர்வான்.

முதல் தொகுப்பு வெளிவந்து சில பத்திரிகைகளில் மகிழ் ஆதனைப் பற்றி எழுதினார்கள். மிகுந்த தயக்கத்துடன், நெருங்கிய நண்பர்களுடனான ஆலோசனைக்குப் பிறகு, மகிழின் சம்மதத்துடன்தான் அதற்கெல்லாம் நாங்கள் ஒப்புக்கொண்டோம். மழலை மேதைகள் என்று அடையாளம் காட்டப்பட்ட பலரின் சிறு வயது வாழ்க்கையையும் பிற்கால வாழ்க்கையையும் பற்றி அறிந்திருப்பதால் எங்களுக்கு மிகுந்த அச்சம்

இருந்தது, இன்னும்கூட இருக்கிறது. முகம் தெரிந்த, முகம் தெரியாத நண்பர்கள் பலரும் மகிழ் கவிதைகளை உச்சிமுகர்ந்தாலும் அக்கறையுள்ள சிலர் எங்களிடம் தங்கள் அச்சத்தைத் தெரிவிக்கவே செய்தார்கள். அவர்களின் அச்சத்தில் நியாயம் இருக்கவே செய்கிறது. ஏனெனில், ஓவியம், நடனம், இசை போன்ற துறைகளில் குழந்தைப் பருவத்திலேயே மேதைமை கொண்டிருக்கும் குழந்தைகளுக்கு அவர்களுடைய பெற்றோர்கள் கடுமையான பயிற்சிகள் அளிப்பது வழக்கம். இதனால் அந்தக் குழந்தைகள் தங்கள் குழந்தைப் பருவத்துக்கேயுரிய மகிழ்ச்சியை இழந்துவிடுவதும் உண்டு. பலரும் குழந்தைப் பருவத்தில் காட்டிய மேதைமை அளவுக்குப் பெரியவர்களானதும் காட்ட முடியாமல் போவதும் உண்டு. இதையெல்லாம் சில நண்பர்கள் எங்களிடம் சுட்டிக்காட்டினார்கள்.

அந்த நண்பர்களின் அக்கறையைப் புரிந்துகொள்ளும் அதே வேளையில் முதல் தொகுப்பில் என் முன்னுரையில் கூறிய சில விஷயங்களை மறுபடியும் இங்கே நான் கூற வேண்டியிருக்கிறது. நான் ஒரு கவிஞராக இருந்தாலும் எந்தக் கவிதையையும் சொல்லிக்கொடுத்து அவனுக்கு எந்தப் பயிற்சியும் கொடுத்ததில்லை. அவனுக்கு நான்கு வயது நடக்கும்போது ஒரு முறை என்னுடன் 'கவித்துவமான' உரையாடல் ஒன்றை, குழந்தைகளுக்கு இது இயல்புதான், நடத்தியதைப் பார்த்து (காண்க: 'நான்தான்

உலகத்தை வரைந்தேன்' தொகுப்பின் முன்னுரை) 'கவிதை மாதிரி பேசுறியே' என்று நான் வியந்ததில் வேண்டுமானால் அவன் கவிதை சொல்வதற்கான வித்து விழுந்திருக்கலாம். 4 வயதிலிருந்து 6 வயதுக்குள் ஒரு கவிதைத் தொகுப்புக்குத் தேவையான கவிதைகளைச் சொல்லிவிட்டான் என்றாலும் அவனது 9-ம் வயதின் நிறைவின்போதுதான் புத்தகமாகக் கொண்டுவந்து வெளியுலகத்துக்கு அதை அறியச் செய்தோம். அப்போதும் தயக்கம் இருக்கவே செய்தது. எனினும், 'நம்முடைய அபிப்பிராயங்களின் அடிப்படையில் ஒருவருடைய பணியை மறைக்கக் கூடாது. மகிழை வெறுமனே குழந்தையாக நீ பாவிக்கிறாய். அப்படிச் சுருக்கிப் பார்க்கக் கூடாது' என்று நண்பர் சமஸ் சொன்ன பிறகே தொகுப்பைக் கொண்டுவந்தோம்.

ஒரு வாரத்துக்கு அதிகபட்சம் கவிதை எழுதுவதற்கென்று மகிழ் ஒரு மணி நேரம் செலவிட்டால் அதிகம். மற்றபடி, அவன் உலகத்தை அவன் முழுவதும் அனுபவித்துக் கொண்டிருக்கிறான். நாங்கள் விரும்பாத அளவுக்குத் தொலைக்காட்சி பார்க்கிறான். இசை, ஓவியம், நடனம் போன்ற துறைகளில் மேதைமை கொண்ட குழந்தைகளை அவர்களின் பெற்றோர் வாட்டிவதைப்பதுபோலெல்லாம் செய்து ஒரு குழந்தையிடம் கவிதையை வாங்கிவிட முடியாது என்பதை நண்பர்கள் உணர வேண்டும். மகிழை நேரில் பார்க்கும்போது 'எனக்கு ஒரு கவிதை சொல்லு' என்று சில

நண்பர்கள் கேட்கும்போது ‘இப்போ எனக்கு வரலை. வர்றப்ப சொல்லுறன்’ என்று சொல்லிவிடுவான். நாங்கள் அந்த நண்பர்களிடம் அப்படிக் கேட்க வேண்டாம் என்று நாசூக்காகச் சொல்லிவிடுவோம். அவர்களும் புரிந்துகொள்வார்கள். அப்படித்தான் மகிழ் ‘அது வரும்போது’ எழுதுவான், இல்லையென்றால் எழுத மாட்டான். ஆகவே, அவனைக் கவிதை எழுதச் சொல்லி அவனது குழந்தைப் பருவத்தை நாங்கள் சிதைத்துக்கொண்டிருப்பதாக யாரும் அஞ்ச வேண்டாம். அவன் குழந்தையாக இருப்பதால்தான், தன் குழந்தைப் பருவத்தை நன்கு அனுபவிப்பதால்தான் கவிதை எழுதுகிறான் என்பதே உண்மை. இந்த உலகத்தைப் பற்றி அறிந்துகொள்ளவும், அப்படி அறிந்துகொண்டதை வெளிப்படுத்தவும் குழந்தைகள் தொடர்ந்து எல்லாக் கதவுகளையும் திறந்துகொண்டிருக்கும். அப்படித் திறக்கும் குழந்தைகளில் மகிழ் ஆதனும் ஒருவன். திறக்கும்போது எப்படியோ கவிதைக் கதவைத் திறந்துவிட்டான் போலும். அதனால்தான் கவிதை எழுதிக்கொண்டிருக்கிறான். அவன் எழுதும்வரை எழுதட்டும், அது அவன் விருப்பம். குழந்தைப் பருவத்தில் எழுதுகிறான் என்ற கட்டாயத்துக்காக, பெரியவனானதும் அதைத் தொடர வேண்டும் என்றெல்லாம் இல்லை. அதே நேரத்தில் கவிதை ஒருவரை அவ்வளவு எளிதில் விடுவதும் இல்லை.

மகிழ் நிறைய கவிதைகள் கூறிய பிறகு பாரதியாரின் இரண்டு கவிதைகளை மட்டும்

அறிமுகப்படுத்தினோம். அதைத் தாண்டி அவன் பாரதியின் உலகத்துக்குள், அவரின் மொழியின் புரியாமை காரணமாக, செல்லவில்லை. முதல் புத்தகம் வெளிவந்த பிறகுதான் நல்ல கவிதைகளை அறிமுகப்படுத்தலாம் என்று கவிஞர் இசையின் கவிதைகள் இரண்டைப் படித்துக்காட்டினேன். என்னுடைய எளிமையான இரண்டு மூன்று கவிதைகளை மட்டும் அவனைப் படித்துப் பார்க்கச் சொன்னேன். அந்தக் கவிதைகளிலிருந்து சில சொற்பிரயோகங்களைத் தன் கவிதைகளுக்கு எடுத்துக்கொண்டான். (இப்படி என் தாக்கம் ஏற்படக் கூடாதென்று என் கவிதைகளை அவனுக்குக் காட்டுவதை நிறுத்திவிட்டேன்.) நகுலன் நூற்றாண்டையொட்டி நான் கட்டுரை எழுதிக்கொண்டிருப்பதையும், நகுலன் கவிதைகளை நான் தொடர்ந்து படித்துக்கொண்டிருப்பதையும், நகுலன் நூற்றாண்டு தொடர்பாக அவன் அம்மாவிடம் நான் பேசியதையும் பார்த்துக்கொண்டே இருந்தான். அதற்கும் முன்பு, அவனுடைய முதல் தொகுப்பில் இடம்பெற்ற கவிதை இது: 'அங்க யாரோ இருக்காங்க/ அது யாரும் இல்ல/ அது நம்மதான்'. இதைப் படித்துவிட்டு "யாருமில்லாத பிரதேசத்தில்/ என்ன நடந்து கொண்டிருக்கிறது?/ எல்லாம்' என்ற நகுலனின் கவிதை மாதிரியே இருக்குடா குழந்தை" என்று தஞ்சாவூர்க் கவிராயர் கூறியதன் மூலம் நகுலனின் அந்த ஒரு கவிதை மட்டும் மகிழுக்கு அறிமுகமாகியிருந்தது. சரியாக நகுலனின் நூற்றாண்டு பிறந்தநாள் அன்றைக்கு நகுலனைப் பற்றிய கவிதையை

மகிழ் எழுதினான். இவ்வளவுதான் பிற கவிஞர்களுடனும் பிற கவிதைகளுடனும் மகிழுக்கு உள்ள உறவு. யாருடைய தாக்கமும் இல்லாமல் அவன் எழுதட்டும் என்று விட்டுவிட்டோம்.

தற்போது கூடுவாஞ்சேரி மாடம்பாக்கத்தில் அரசுப் பள்ளியில் 5-ம் வகுப்பு படித்துக்கொண்டிருக்கும் மகிழ் ஆதன் தமிழ்வழிக் கல்வி கற்கிறான். கதை சொல்வதில் மிகுந்த ஈடுபாடு உடையவன். ஸ்பைடர்மேன், விஜய், ஜாக்கி சான் ஆகியோரின் தீவிர ரசிகன். குறிப்பாக, 'டோராவின் பயணங்கள்', 'வருத்தப்படாத கரடி சங்கம்' போன்ற குழந்தைகள் தொடர்களின் தீவிர ரசிகன். அவனுக்கு அறிவியல் புனைகதைத் திரைப்படங்கள் மீது மிகுந்த ஆர்வம் உண்டு.

இந்தக் கவிதைகள் கொடுக்கப்பட்டிருக்கும் முறை குறித்துச் சில வரிகள். மகிழ் ஆதன் முற்றுப்புள்ளி, கேள்விக்குறி போன்றவற்றை இடுவதில்லை என்பதால் கவிதைகளைக் கணினியில் உள்ளிடும்போது நானும் அவற்றையெல்லாம் சேர்க்கவில்லை. எல்லா வரிகளையும் உரைநடை போலச் சேர்த்தே எழுதுவான்; அவற்றை மட்டும் புரிதலுக்காகப் பிரித்திருக்கிறேன். பெரும்பாலான எழுத்துப் பிழைகளை நீக்கிவிட்டேன். ஆனால், அவனுடைய மொழி வழக்கை நான் மாற்றவில்லை. சில கவிதைகளை எழுத்து வழக்கிலும் சில கவிதைகளைப் பேச்சு வழக்கிலும் எழுதியிருக்கிறான். பெரும்பாலும் இரண்டு

வழக்குகளும் ஒரே கவிதையில் கலந்து வரும். அதையெல்லாம் அப்படியே விட்டுவிட்டேன். மிகவும் அவசியமான இடங்களில் மட்டும் குறிப்புகள் கொடுத்திருக்கிறேன்.

***

இந்தக் கவிதைகளைப் படித்துவிட்டு ஆழமான அணிந்துரையொன்றை எழுதியிருக்கும் தத்துவவியலர் சுந்தர் சருக்கைக்கு நெஞ்சார்ந்த நன்றி. அவரிடம் ஆற்றுப்படுத்தியதோடு அல்லாமல் அவரது அணிந்துரையின் மொழிபெயர்ப்பைச் செம்மையாக்குவதில் உதவிய மொழிபெயர்ப்பாளரும் சமூகவியலருமான சீனிவாச ராமாநுஜத்துக்கும் நன்றி! கவிதைகளுக்குப் பொருத்தமான, அழகான கோட்டோவியங்களை, மிகுந்த ஈடுபாட்டுடன் வரைந்துகொடுத்த நண்பர் வெ. சந்திரமோகனுக்கு நன்றி! இந்தத் தொகுப்பை மிகவும் அழகாக வெளியிடும் 'எதிர்' அனுஷுக்கு நன்றி! அட்டை வடிவமைத்த அரிசங்கருக்கும் நன்றி!

மேலும், சமஸ், நம்மோடில்லாத க்ரியா ராமகிருஷ்ணன், மருத்துவர்கள் சீதா, கீதா அர்ஜுன், பேராசிரியர் தங்க. ஜெயராமன், நண்பர்கள் கார்த்தி, செந்தமிழ், மகிழின் முந்தைய தொகுப்பை வெளியிட்ட 'நூல்வனம்' மணிகண்டன், பா. வெங்கடேசன், த. ராஜன், மருத்துவர் கு. கணேசன் உள்ளிட்டோருக்கு மிக்க நன்றி!

மகிழ் ஆதனைப் பற்றி அச்சு இதழ்களிலும் மின்னிதழ்களிலும் எழுதிய பத்திரிகையாளர்கள், எழுத்தாளர்கள், அந்த இதழ்களின் ஆசிரியர்கள் முதலானோருக்கு மிக்க நன்றி!

மகிழ் ஆதனின் முதல் தொகுப்பை எழுத்தாளர்கள், ஆசிரியர்கள் உள்ளிட்ட நண்பர்கள் பலரும் கொண்டாடினார்கள், கொண்டாடிக்கொண்டிருக்கிறார்கள். பெயர் குறிப்பிட்டால் நிறைய விடுபாடுகள் நேர்ந்துவிடக் கூடும் என்பதால் அஞ்சி அவர்கள் அனைவருக்கும் ஒட்டுமொத்தமாக நெஞ்சார்ந்த நன்றியைத் தெரிவித்துக்கொள்கிறேன்.

மகிழ் ஆதனுக்குப் பெரும் ஊக்கமாக இருக்கும் அவனது அம்மா சிந்துவுக்கும், மகிழ் ஆதனின் பல கவிதைகளின் கருப்பொருளாக இருக்கும் அவனது குட்டித் தம்பி நீரனுக்கும் என் அன்பு!

ஆசை
asaidp@gmail.com

கூடுவாஞ்சேரி
27-11-21